AF216346

Impressum
Verlag: BABADADA GmbH, Nedderfeld 112 , 22529 Hamburg
Geschäftsführer / Verlagsleitung: Harald Hof
Druck: Books on Demand GmbH, In de Tarpen 42, 22848 Norderstedt

Imprint
Publisher: BABADADA GmbH, Nedderfeld 112 , 22529 Hamburg, Germany
Managing Director / Publishing direction: Harald Hof
Print: Books on Demand GmbH, In de Tarpen 42, 22848 Norderstedt

school

shule

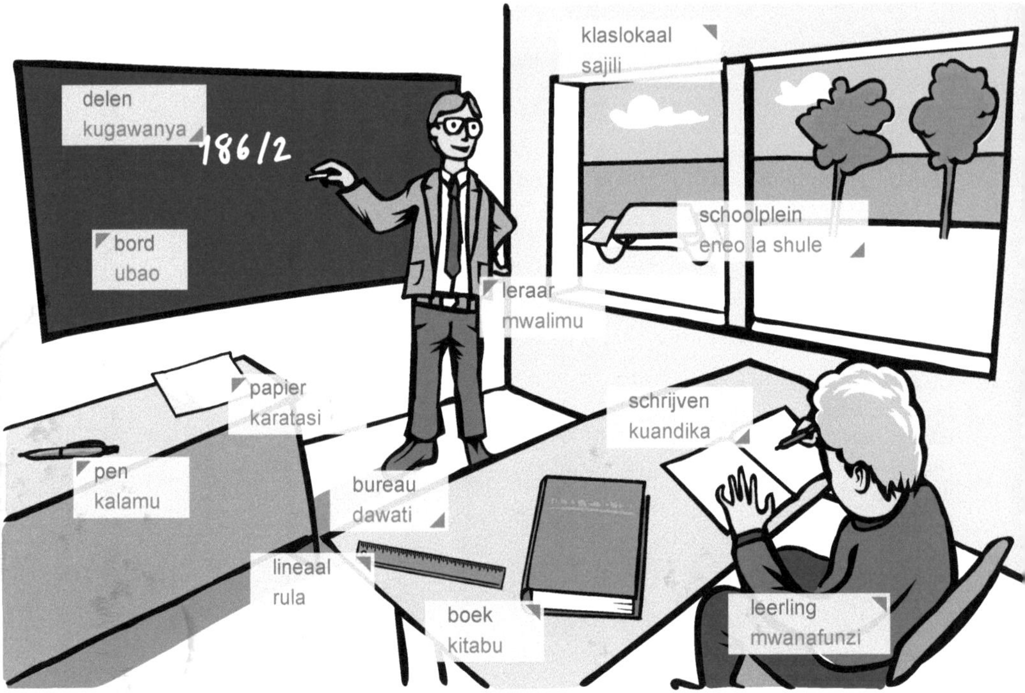
klaslokaal
sajili
delen
kugawanya
186/2
bord
ubao
schoolplein
eneo la shule
leraar
mwalimu
papier
karatasi
schrijven
kuandika
pen
kalamu
bureau
dawati
lineaal
rula
boek
kitabu
leerling
mwanafunzi

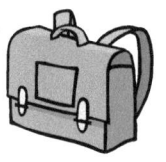

schooltas
mkoba

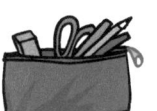

etui
kikasha cha penseli

potlood
penseli

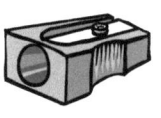

puntenslijper
kichonga penseli

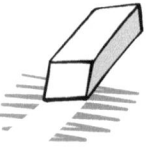

gum
mpira

schetsblok
pedi ya kuchora

tekening

uchoraji

penseel

brashi ya rangi

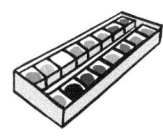

verfdoos

sanduku la rangi

schaar

mkasi

lijm

gundi

schrift

daftari

huiswerk

kazi ya nyumbani

getal

nambari

optellen

jumlisha

aftrekken

ondoa

vermenigvuldigen

zidisha

rekenen

kokotoa

letter

barua

alfabet

alfabeti

woord

neno

tekst

maandishi

lezen

kusoma

krijt

chaki

les

somo

klassenboek

sajili

examen

uchunguzi

diploma

cheti

schooluniform

sare za shule

opleiding

elimu

encyclopedie

elezo

universiteit

chuo kikuu

microscoop

darubini

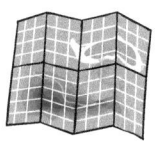

kaart

ramani

prullenmand

kikapu cha kuweka karatasi chafu

reis
usafiri

hotel
hoteli
Grand
hostel
hosteli
ROOMS
EXCHANGE
wisselkantoor
ofisi ya ubadilishanaji
koffer
sanduku
auto
gari

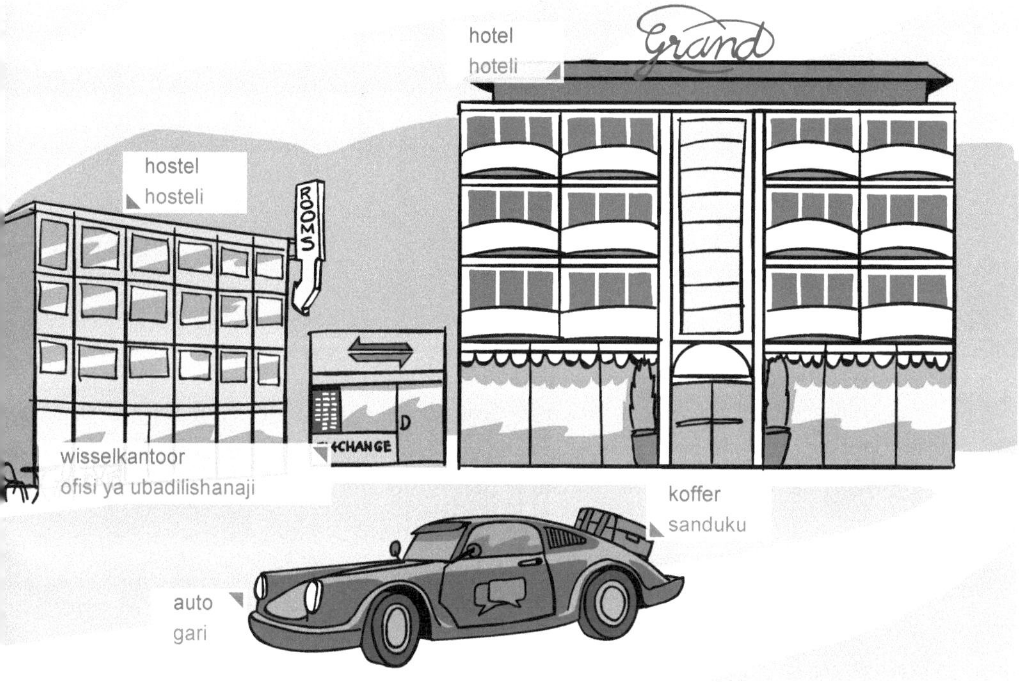

taal

lugha

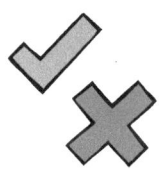

ja / nee

ndiyo / la

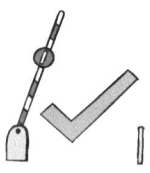

oké

sawa

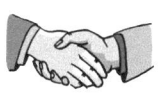

Hallo!

hujambo

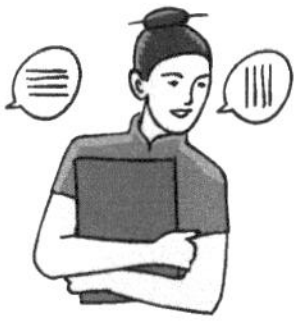

tolk

mtafsiri

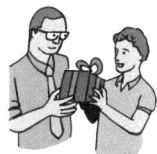

Bedankt.

Asante

Wat kost ...?

kiasi gani ni ...?

Ik begrijp het niet.

Sielewi

probleem

tatizo

Goedenavond!

Jioni njema!

Goedemorgen!

Habari za asubuhi!

Goedenacht!

Usiku mwema!

Tot ziens!

kwa heri

richting

mwelekeo

bagage

mizigo

tas

mfuko

rugzak

shanta

gast

mgeni

kamer

chumba

slaapzak

begi la kulalia

tent

hema

VVV-kantoor

taarifa ya utalii

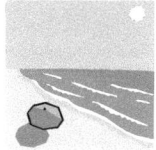

strand

ufuo

creditkaart

kadi

ontbijt

kifunguakinywa

lunch

chakula cha mchana

diner

chakula cha jioni

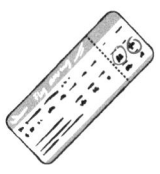

kaartje

tiketi

lift

kuinua

postzegel

muhuri

grens

mpaka

douane

mila

ambassade

ubalozi

visum

visa

paspoort

pasipoti

transport
usafiri

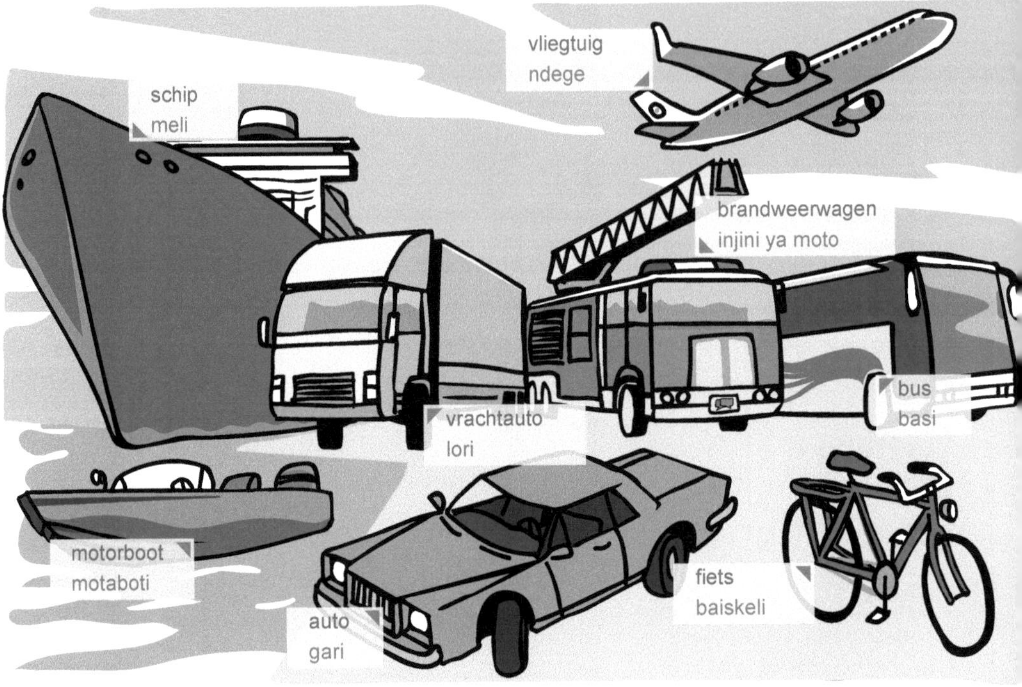

vliegtuig
ndege
schip
meli
brandweerwagen
injini ya moto
bus
basi
vrachtauto
lori
motorboot
motaboti
fiets
baiskeli
auto
gari

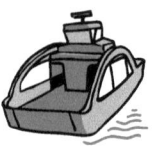

veerboot

feri

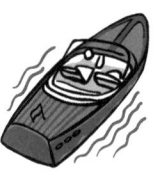

boot

mashua

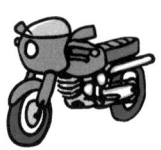

motorfiets

pikipiki

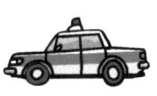

politiewagen

gari la polisi

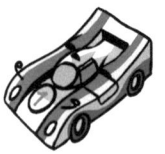

raceauto

gari la mashindano

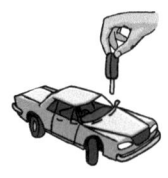

huurauto

gari la kukodisha

carsharing

kushiriki gari

takelwagen

lori la kuvuta

vuilniswagen

ukusanyaji taka

motor

motor

benzine

mafuta

benzinepomp

kituo cha mafuta

verkeersbord

ishara trafiki

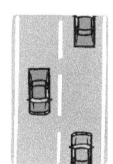

verkeer

trafiki

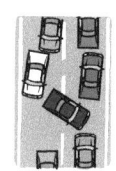

file

msongamano

parkeerplaats

maegesho

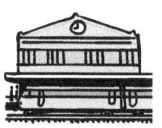

station

kituo cha treni

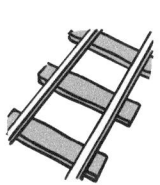

rails

reli

trein

garimoshi

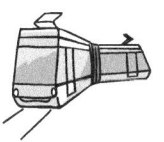

tram

tremu

wagon

gari la mizigo

helikopter
helikopta

luchthaven
uwanja wa ndege

toren
mnara

passagier
abiria

container
chombo

verhuisdoos
katoni

kar
mkokoteni

mand
kikapu

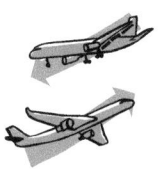

opstijgen / landen
ondoka

stad
jiji

dorp
kijiji

stadscentrum
katikati ya jiji

huis
nyumba

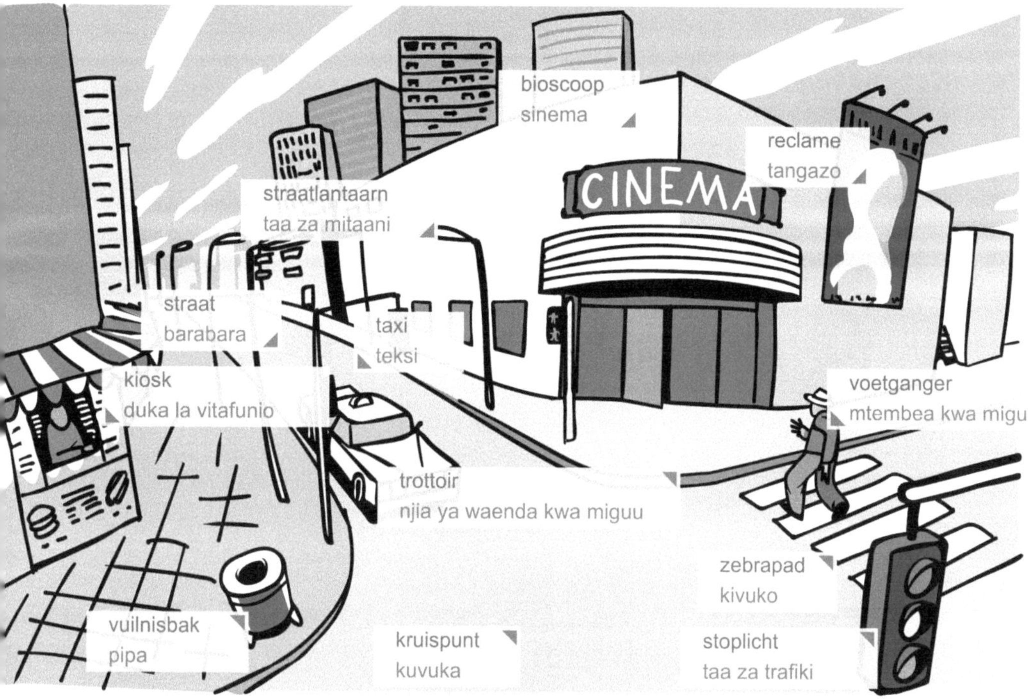

bioscoop
sinema

reclame
tangazo

straatlantaarn
taa za mitaani

CINEMA

straat
barabara

taxi
teksi

kiosk
duka la vitafunio

voetganger
mtembea kwa miguu

trottoir
njia ya waenda kwa miguu

zebrapad
kivuko

vuilnisbak
pipa

kruispunt
kuvuka

stoplicht
taa za trafiki

hut

kibanda

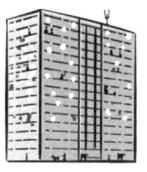

appartement

gorofa

station

kituo cha treni

stadhuis

ukumbi wa mji

museum

Makavazi

school

shule

universiteit

chuo kikuu

bank

benki

ziekenhuis

hospitali

hotel

hoteli

apotheek

duka la dawa

kantoor

ofisi

boekenwinkel

duka la kitabu

winkel

duka

bloemenwinkel

duka la maua

supermarkt

dukakuu

markt

soko

warenhuis

idara ya kuhifadhi

visboer

mwuza samaki

winkelcentrum

kituo cha ununuzi

haven

bandari

park

Hifadhi

bank

benki

brug

daraja

trap

vidato

metro

chini ya ardhi

tunnel

handaki

bushalte

kituo cha mabasi

bar

bar

restaurant

mgahawa

brievenbus

sanduku la posta

straatnaambord

ishara ya barabara

parkeermeter

mita ya maegesho

dierentuin

bustani ya wanyama

zwembad

kidimbwi cha kuogelea

moskee

msikiti

boerderij
shamba

vervuiling
uchafuzi

begraafplaats
makaburini

kerk
kanisa

speelplaats
uwanja wa michezo

tempel
hekalu

landschap

mazingira

blad
jani

wegwijzer
ishara ya mwelekeo

weg
njia

weide
malisho

steen
jiwe

boom
mti

wandelaar
mtembeaji wa masafa

rivier
mto

gras
nyasi

bloem
ua

vallei
bonde

berg
kilima

meer
ziwa

bos
msitu

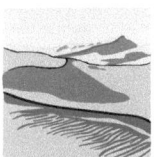

woestijn
jangwa

vulkaan
volkano

kasteel
ngome

regenboog
upinde wa mvua

paddenstoel
uyoga

palmboom
mtende

mug
mbu

vlieg
kuruka

mier
chungu

bij
nyuki

spin
buibui

kever

mende

kikker

chura

eekhoorn

kuchakuro

egel

nungunungu

haas

sungura

uil

bundi

vogel

ndege

zwaan

swan

wild zwijn

nguruwe mwitu

hert

kulungu

eland

aina ya kongoni

stuwdam

bwawa

windmolen

tabo ya upepo

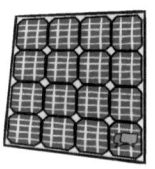

zonnepaneel

nishaji ya jua

klimaat

hali ya hewa

restaurant
mgahawa

ober
mhudumu
menu
menyu
stoel
kiti
soep
supu
pizza
piza
tafelkleed
kitambaa cha mezani
bestek
vilia

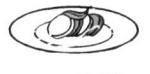

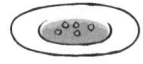

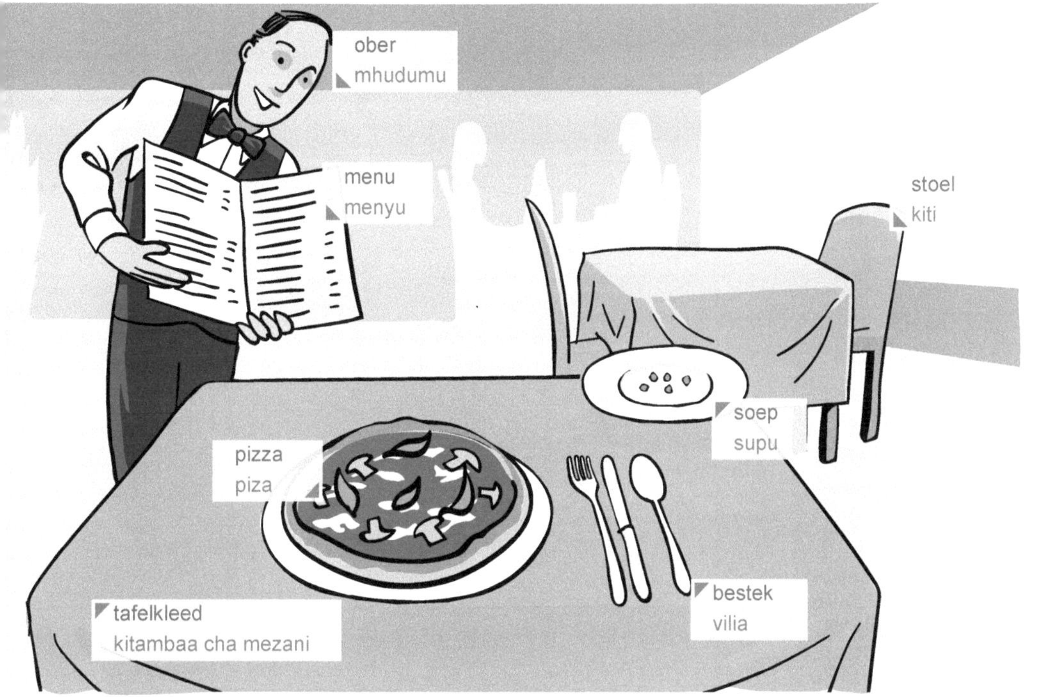

voorgerecht

kiamsha hamu

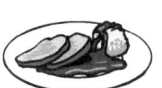

hoofdgerecht

kozi kuu

toetje

kitindamlo

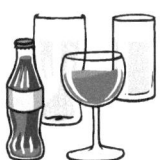

dranken

vinywaji

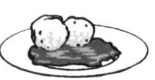

eten

chakula

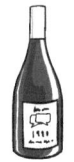

fles

chupa

fastfood
chakula cha haraka

eetkraampje
Streetfood

theepot
buli

suikerpot
kisanduku cha sukari

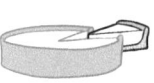

portie
sehemu

espressomachine
mashine ya espresso

kinderstoel
kiti kirefu

rekening
muswada

dienblad
trei

mes
kisu

vork
uma

lepel
kijiko

theelepel
kijiko cha chai

servet
nepi

glas
glasi

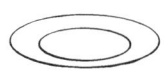

bord

sahani

soepbord

sahani ya supu

schotel

sufuria

saus

mchuzi

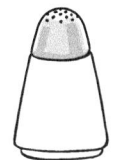

zoutvaatje

kichanyaji chumvi

pepermolen

kinu cha pilipili

azijn

siki

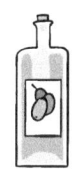

olie

mafuta

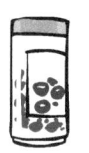

kruiden

viungo

ketchup

kechapu

mosterd

haradali

mayonaise

kachumbari nzito

supermarkt
dukakuu

aanbieding
ofa maalum
FOR
klant
mteja
zuivelproducten
maziwa
fruit
matunda
winkelwagen
toroli

BUTCHERS

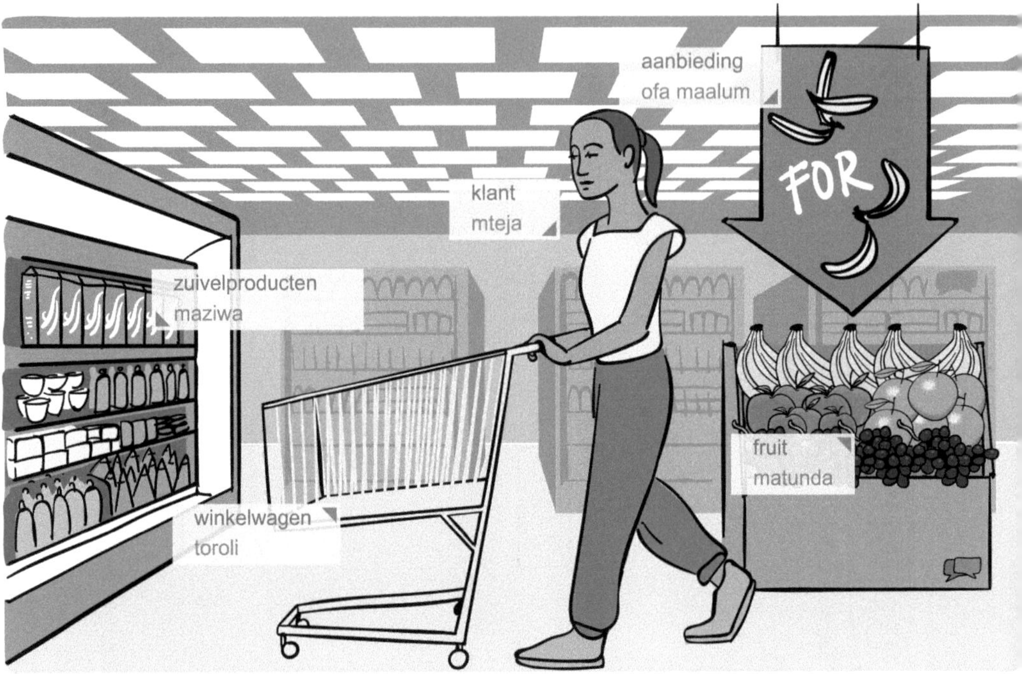

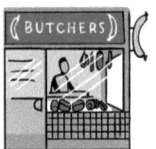

slager

mchinjaji

BAKERY

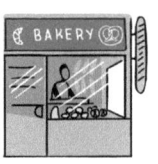

bakkerij

mwokaji

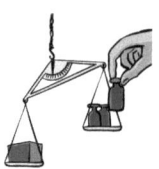

wegen

uzito

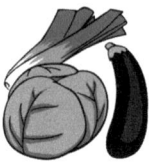

groente

mboga

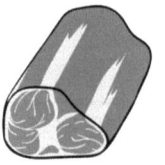

vlees

nyama

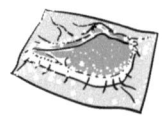

diepvriesproducten

chakula waliohifadhiwa

vleeswaren

vipande vya nyama baridi

conserven

chakula cha kopo

wasmiddel

sabuni ya unga

snoepgoed

pipi

huishoudelijke artikelen

bidhaa za kaya

schoonmaakmiddel

bidhaa za kusafisha

verkoopster

mtu mauzo

kassa

mpaka

kassier

keshia

boodschappenlijstje

orodha ya manunuzi

openingstijden

masaa ya ufunguzi

portefeuille

mkoba

creditkaart

kadi

tas

mfuko

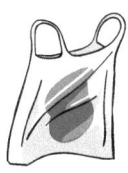

plastic zak

mfuko wa plastiki

water

maji

sap

sharubati

melk

maziwa

cola

coke

wijn

mvinyo

bier

bia

alcohol

pombe

chocolademelk

kakao

thee

chai

koffie

kahawa

espresso

spreso

cappuccino

kapuchino

banaan

ndizi

appel

tufaha

sinaasappel

machungwa

watermeloen

tikiti

citroen

lemon

wortel

karoti

knoflook

kitunguu saumu

bamboe

mianzi

ui

kitunguu

paddenstoel

uyoga

noten

karanga

pasta

nudo

spaghetti

spageti

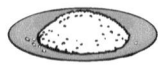

rijst

mpunga

salade

saladi

friet

vibanzi

gebakken aardappelen

viazi vya kukaanga

pizza

piza

hamburger

hambaga

sandwich

sandwichi

schnitzel

kipande

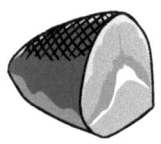

ham

paja la mnyama

salami

salami

worst

soseji

kip

kuku

gebraad

choma

vis

samaki

havermout

oats ya uji

muesli

muesli

cornflakes

cornflakes

meel

unga

croissant

kroisanti

broodjes

andazi

brood

mkate

toast

mkate wa kubanika

koekjes

biskuti

boter

siagi

kwark

maziwa mgando

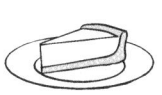

taart

keki

ei

yai

gebakken ei

yai kukaanga

kaas

jibini

ijs

aiskrimu

suiker

sukari

honing

asali

jam

jemu

chocoladepasta

kuenea kwa chokoleti

kerrie

mchuzi wa viungo

boerderij
shamba

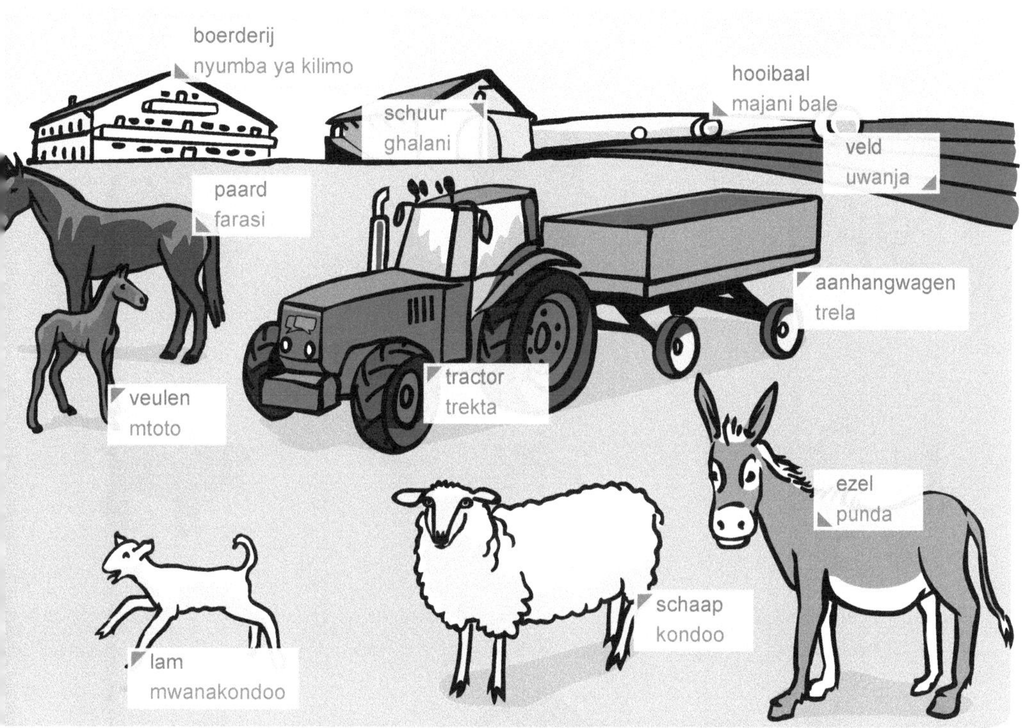
boerderij
nyumba ya kilimo
hooibaal
majani bale
schuur
ghalani
veld
uwanja
paard
farasi
aanhangwagen
trela
tractor
trekta
veulen
mtoto
ezel
punda
schaap
kondoo
lam
mwanakondoo

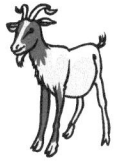

geit
mbuzi

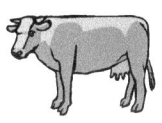

koe
ng'ombe

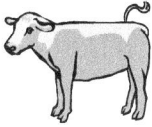

kalf
ndama

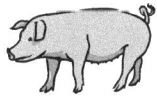

varken
nguruwe

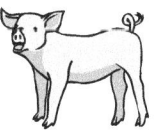

big
mwananguruwe

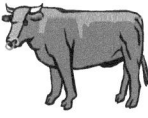

stier
fahali

gans
batabukini

eend
bata

kuiken
kifaranga

kip
kuku

haan
jogoo

rat
panya

kat
paka

muis
panya

os
ng'ombe

hond
mbwa

hondenhok
nyumba ya mbwa

tuinslang
bomba la bustani

gieter
debe la kumwagilia maji

zeis
fyekeo

ploeg
kulima

sikkel

mundu

schoffel

jembe

hooivork

uma wa nyasi

bijl

shoka

kruiwagen

toroli

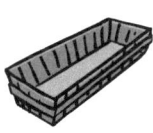

trog

kupitia nyimbo

melkbus

chombo cha maziwa

zak

gunia

hek

ua

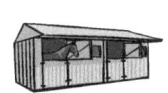

stal

imara

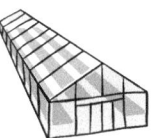

broeikas

chafu

grond

udongo

zaad

mbegu

mest

mbolea

maaidorser

kivunaji

oogsten
mavuno

oogst
mavuno

yam
viazi vikuu

tarwe
ngano

soja
soya

aardappel
viazi

maïs
mahindi

koolzaad
rapa

fruitboom
mti wa matunda

maniok
muhogo

granen
nafaka

huis
nyumba

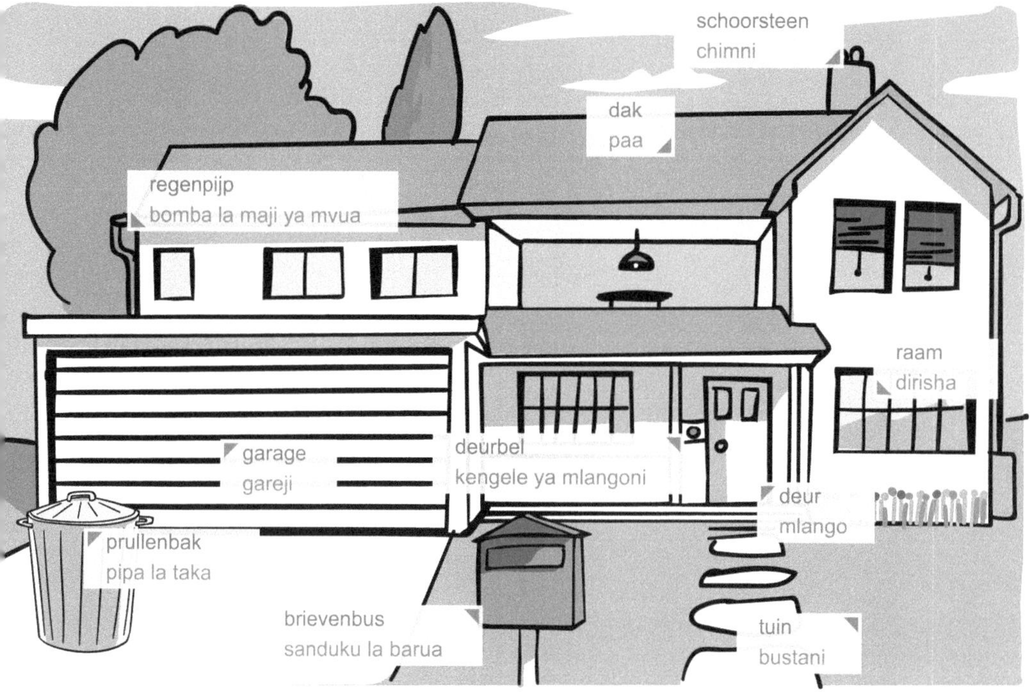
schoorsteen
chimni
dak
paa
regenpijp
bomba la maji ya mvua
raam
dirisha
garage
gareji
deurbel
kengele ya mlangoni
deur
mlango
prullenbak
pipa la taka
brievenbus
sanduku la barua
tuin
bustani

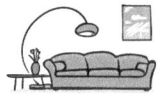

woonkamer
sebuleni

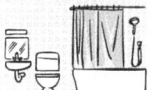

badkamer
bafu

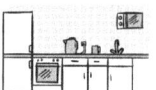

keuken
jikoni

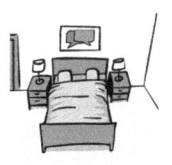

slaapkamer
chumba cha kulala

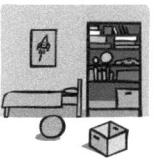

kinderkamer
chumba ya mtoto

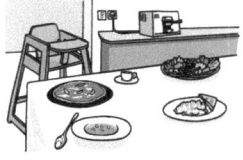

eetkamer
chumba cha kulia

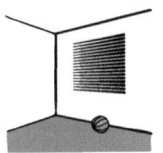

vloer
sakafu

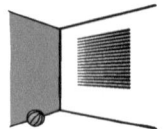

muur
ukuta

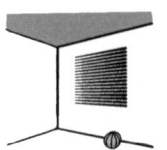

plafond
dari

kelder
pishi

sauna
sauna

balkon
roshani

terras
mtaro

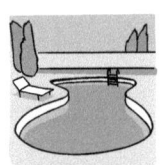

zwembad
kidimbwi

grasmaaier
mashine ya kukata nyasi

laken
karatasi

bedsprei
kitambaa cha kupamba
kitanda

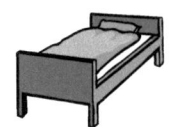

bed
kitanda

bezem
ufagio

emmer
ndoo

schakelaar
kubadili

woonkamer
sebuleni

behang
mandhari
foto
picha
lamp
taa
plank
rafu
kast
kabati
televisie
televisheni/runinga
open haard
mekoni
bloem
ua
kussen
mto
bankstel
sofa
vaas
chombo cha maua
afstandsbediening
kitenzambali

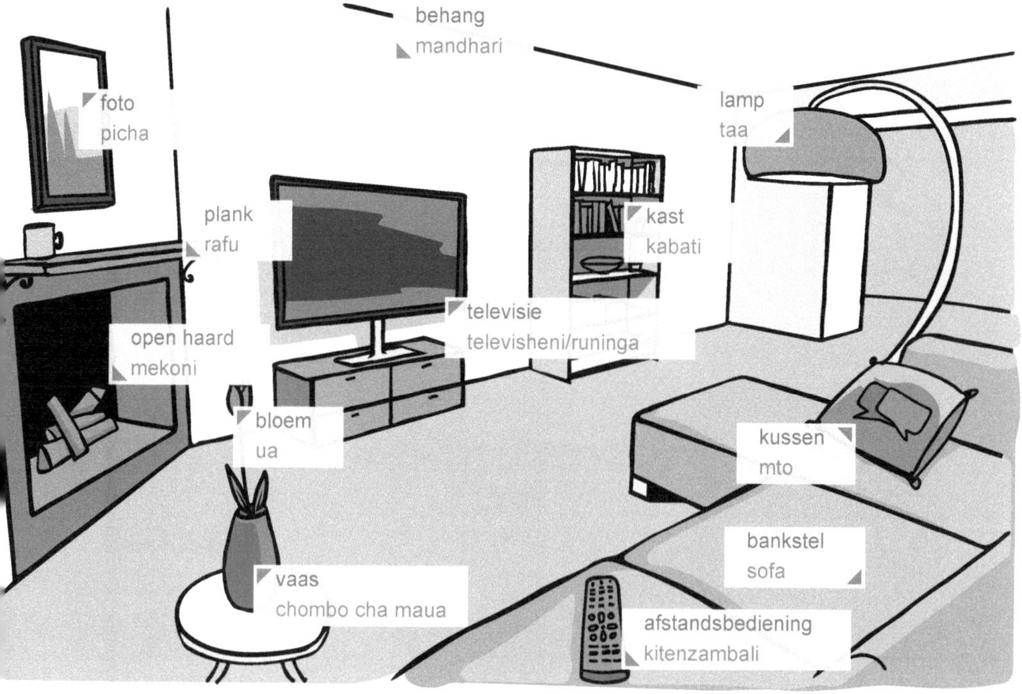

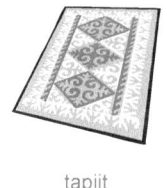

tapijt

zulia

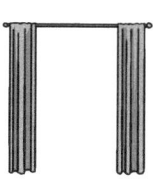

gordijn

pazia

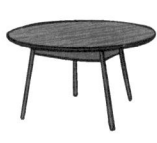

tafel

meza

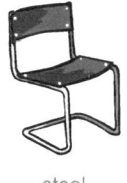

stoel

kiti

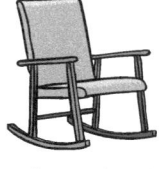

schommelstoel

kiti cha bembea

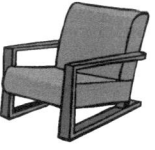

stoel

armchair

boek

kitabu

deken

blanketi

decoratie

mapambo

brandhout

kuni

film

filamu

stereo-installatie

kifaa cha hi-fi

sleutel

ufunguo

krant

gazeti

schilderij

uchoraji

poster

bango

radio

redio

kladblok

daftari

stofzuiger

kifyonza

cactus

dungusi kakati

kaars

mshumaa

keuken
jikoni

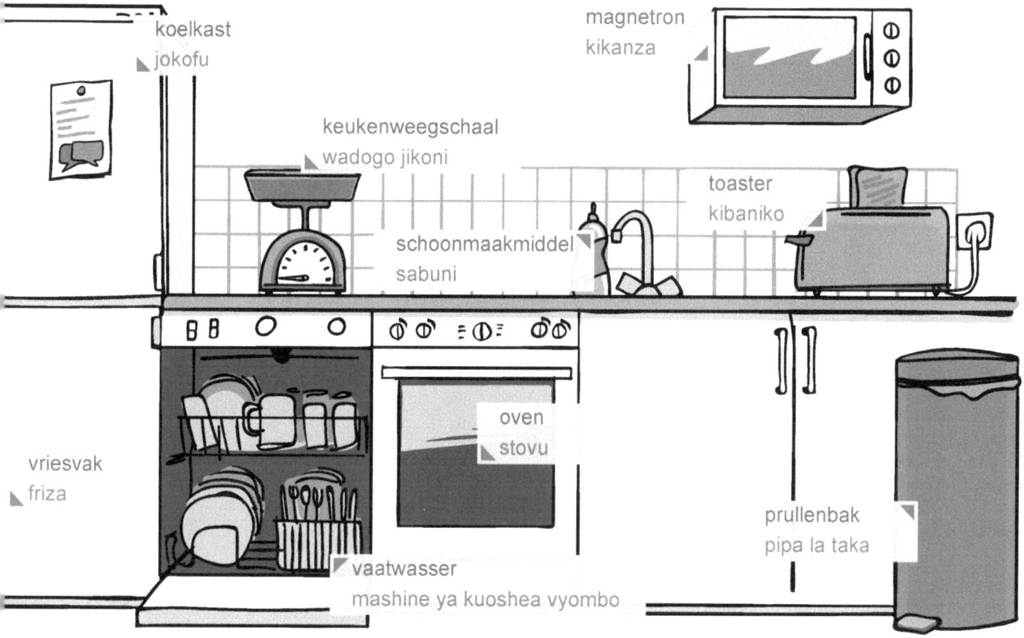
koelkast
jokofu
magnetron
kikanza
keukenweegschaal
wadogo jikoni
toaster
kibaniko
schoonmaakmiddel
sabuni
oven
stovu
vriesvak
friza
prullenbak
pipa la taka
vaatwasser
mashine ya kuoshea vyombo

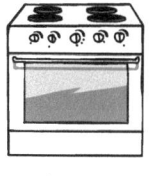

fornuis
jiko la kupika

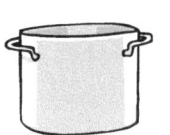

pan
chungu

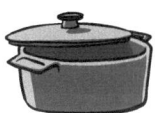

gietijzeren pan
sufuria ya chuma

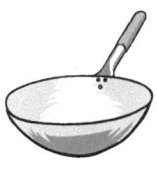

wok / kadai
wok / kadai

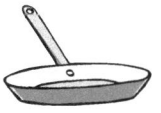

koekenpan
kaango

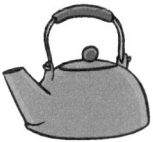

ketel
birika

stoomkoker

stima

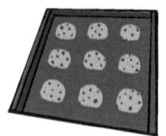

bakplaat

sinia ya kuoka

servies

vyombo vya udongo

beker

kombe

kom

bakuli

eetstokjes

vijiti vya kulia

soeplepel

ukawa

spatel

mwiko mpana

garde

burashi

vergiet

kichujio

zeef

chujio

rasp

mbuzi

vijzel

chokaa

barbecue

barbeque

vuurhaard

moto wazi

snijplank

ubao wa majaribio

deegroller

kijiti cha kusukuma unga

kurkentrekker

kizibuo

blik

kopo

blikopener

inaweza kopo

pannenlap

kishikio cha chungu

wasbak

karo

borstel

brashi

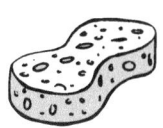

spons

sifongo

blender

kisagaji matunda

vriezer

friji ya kina

babyflesje

chupa ya mtoto

kraan

bomba

badkamer

bafu

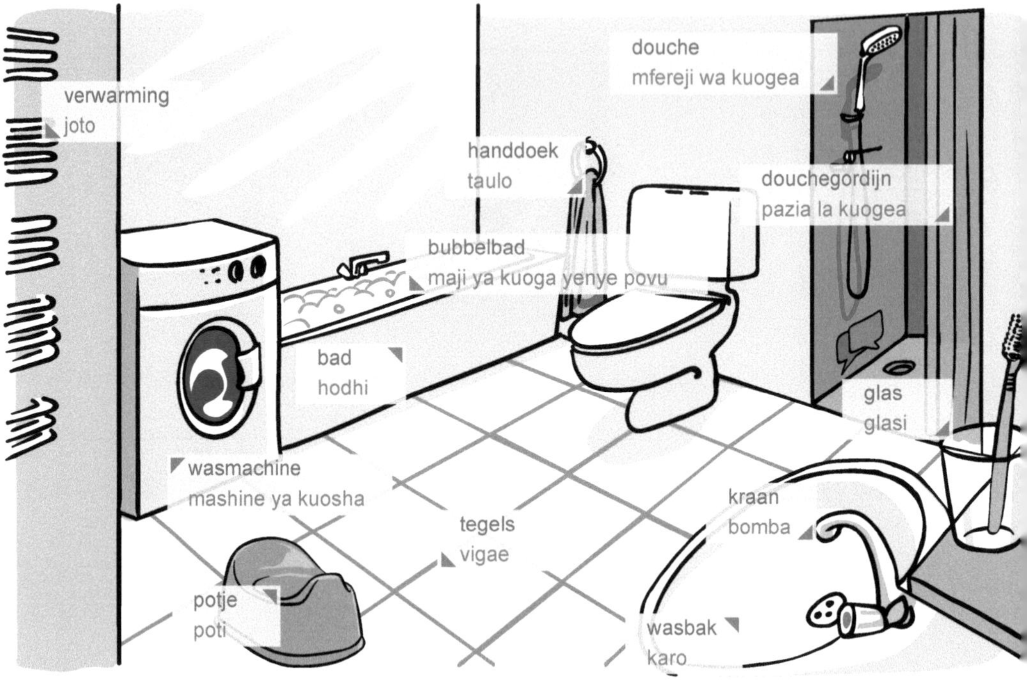

verwarming
joto
handdoek
taulo
douche
mfereji wa kuogea
douchegordijn
pazia la kuogea
bubbelbad
maji ya kuoga yenye povu
bad
hodhi
glas
glasi
wasmachine
mashine ya kuosha
kraan
bomba
tegels
vigae
potje
poti
wasbak
karo

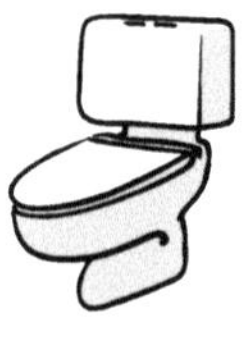

toilet

choo

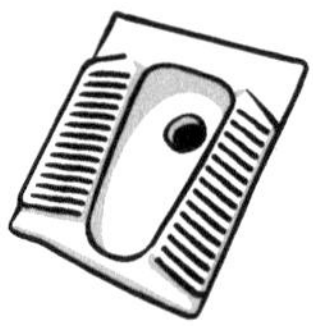

hurktoilet

choo cha squat

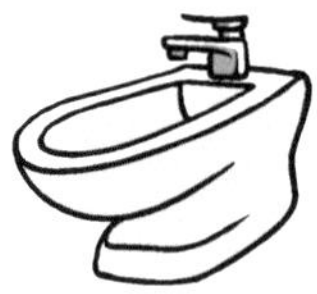

bidet

beseni la mviringo

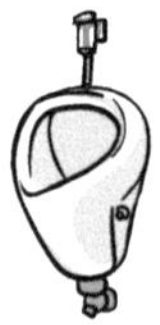

urinoir

choo cha umma

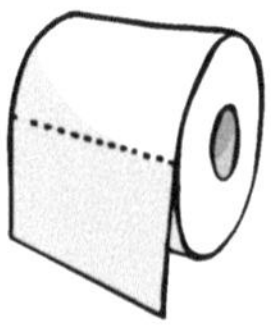

toiletpapier

shashi

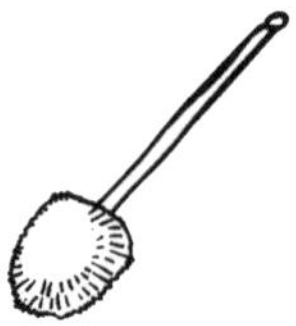

toiletborstel

brashi ya choo

tandenborstel

mswaki

tandpasta

dawa ya meno

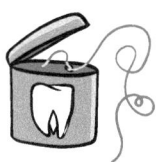

flosdraad

dawa ya meno

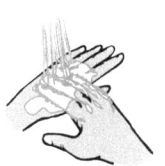

wassen

safisha

handdouche

kuoga mkono

toiletdouche

msukumo wa maji

waskom

bonde

rugborstel

mpako wa pili

zeep

sabuni

douchegel

jeli ya kuogea

shampoo

shampuu

washanje

flana

afvoer

toa maji

creme

krimu

deodorant

kiondoa harufu

spiegel

kioo

make-upspiegel

kioo mkono

scheermes

kinyozi

scheerschuim

povu la kunyoa

aftershave

baada ya kunyoa

kam

kichana

borstel

brashi

haardroger

kikausha nywele

haarspray

marashi ya nyewele

make-up

vipodozi

lippenstift

kidomwa

nagellak

varnish ya msumari

watten

pamba

nagelschaartje

mkasi wa kucha

parfum

manukato

toilettas

mkoba wa kuosha

kruk

kinyesi

weegschaal

mizani

badjas

nguo ya kuoga

rubber handschoenen

glavu za mpira

tampon

kisodo

maandverband

sodo

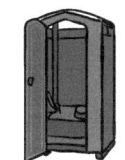

chemisch toilet

kemikali choo

kinderkamer
chumba ya mtoto

wekker
saa ya kengele
knuffeldier
kidoli cha kupakata
speelgoedauto
gari bandia
rammelaar
kelele
poppenhuis
chumba cha midoli
cadeau
sasa

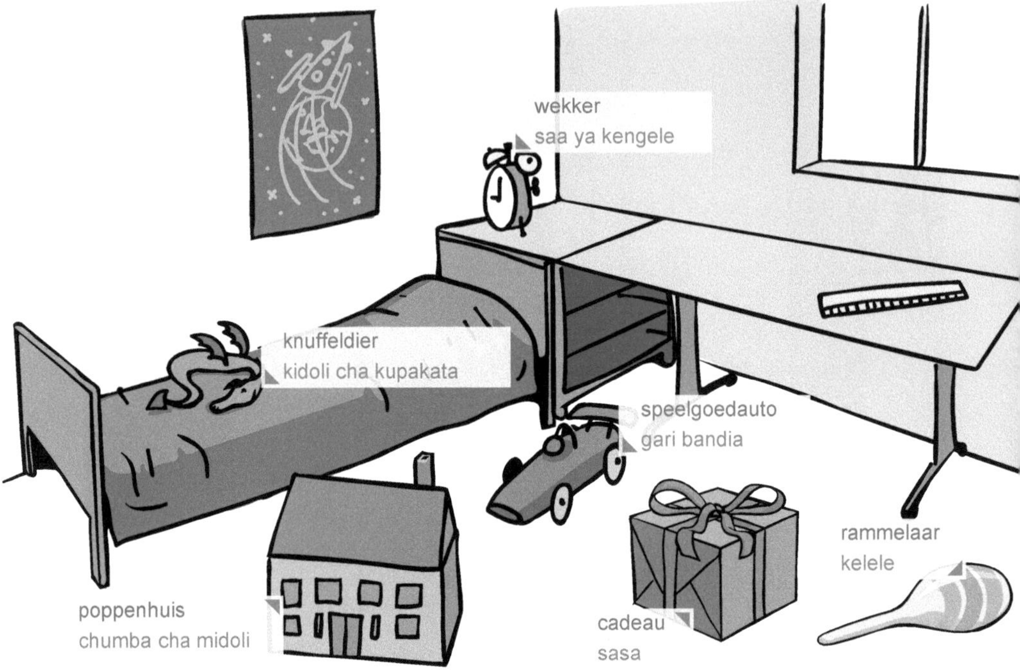

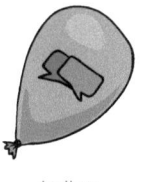

ballon

baluni

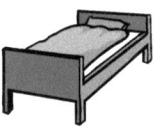

bed

kitanda

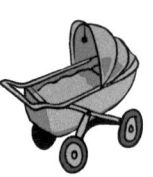

kinderwagen

mashua

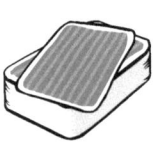

kaartspel

staha ya kadi

puzzel

mchezo-fumb

SUPER MEGA

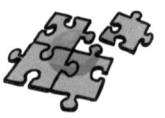

stripverhaal

vichekesho

legostenen

matofali lego

speelgoedblokken

vitalu mwigo

actiefiguurtje

hatua takwimu

romper

suti ya kulalia

frisbee

kisahani

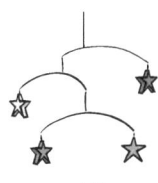

mobile

simu

bordspel

ubao wa michezo

dobbelsteen

kete

modeltrein

garimoshi mwigo

speen

dummy

feestje

chama

prentenboek

picha kitabu

bal

mpira

pop

kikaragosi

spelen

kucheza

zandbak

shimo la mchanga

schommel

bembea

speelgoed

vitu bandia

spelcomputer

kiweko cha video ya mchezo

driewieler

baiskeli ya magurudumu

teddybeer

mwanasesere

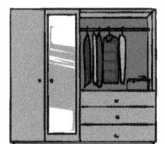

matatu

kleerkast

kabati

kleding

nguo

sokken

soksi

kousen

stokingi

panty

kibano

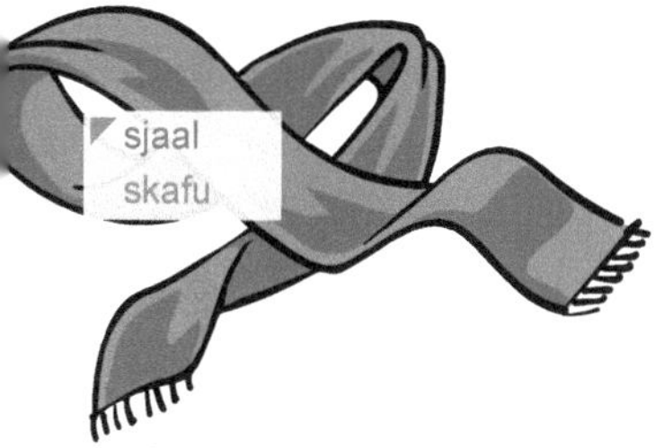

sjaal
skafu

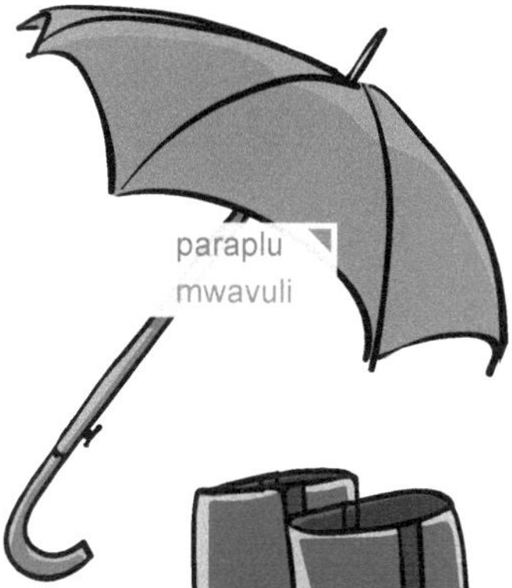

paraplu
mwavuli

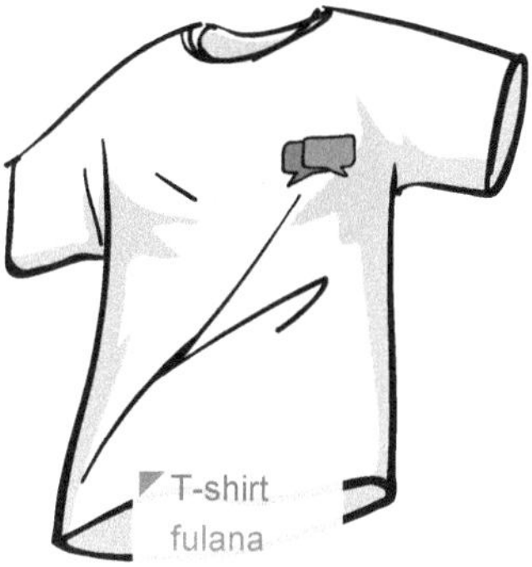

T-shirt
fulana

riem
ukanda

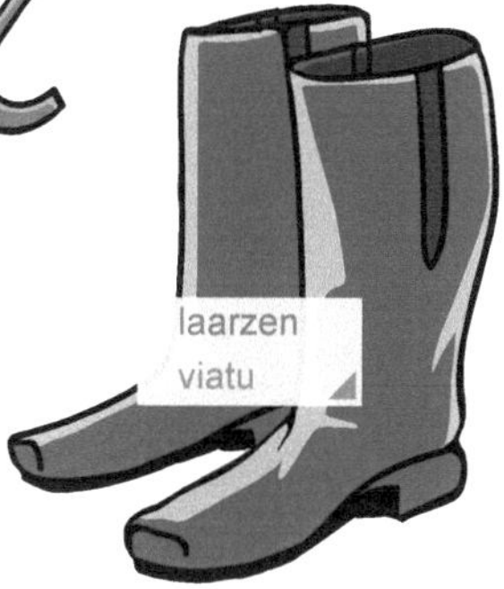

laarzen
viatu

pantoffels
ndara

sportschoenen
wakufunzi

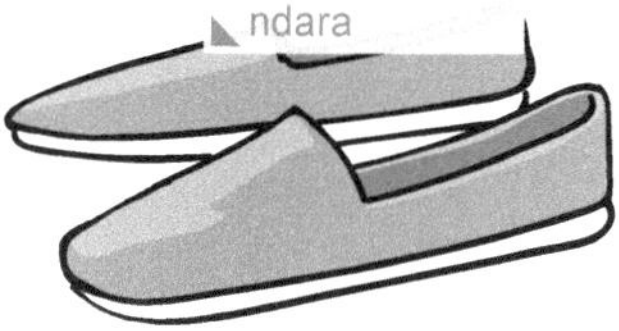

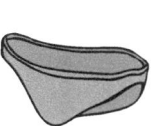

sandalen
malapa

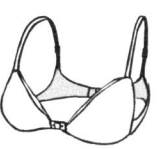

schoenen
viatu

rubberlaarzen
mabuti ya mpira

onderbroek
suruali ya ndani

beha
sidiria

onderhemd
fulana

body

mwili

broek

suruali

spijkerbroek

dangirizi

rok

sketi

blouse

blauzi

overhemd

shati

trui

vuta

hoody

sweta

blazer

bleza

jas

jaketi

mantel

koti

regenjas

koti la mvua

kostuum

maleba

jurk

gauni

trouwjurk

mavazi ya harusi

pak
suti

nachthemd
vazi la usiku

pyjama
pajama

sari
sari

hoofddoek
skafu

tulband
kilemba

boerka
burka

kaftan
kaftan

abaja
abaya

zwempak
vazi la kuogelea

zwembroek
vazi la kiume la kuogelea

korte broek
kaptura

trainingspak
teitei

schort
aproni

handschoenen
glavu

knoop

kifungo

bril

glasi

armband

bangili

ketting

mkufu

ring

pete

oorbel

herini

pet

kofia

kledinghanger

kiango cha koti

hoed

kofia

stropdas

tai

rits

zipu

helm

kofia

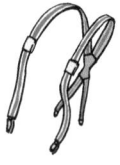

bretels

kanda za suruali

schooluniform

sare za shule

uniform

sare

slabbetje

bibu

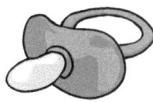

speen

dummy

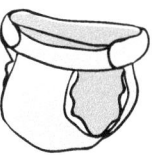

luier

nepi

server
seva

archiefkast
kabati la kuweka faili

printer
kichapishaji

beeldscherm
kiwambo

papier
karatasi

bureau
dawati

muis
kipanya

map
folda

toetsenbord
kibodi

enmand
u cha kuweka karatasi chafu

computer
kompyuta

stoel
kiti

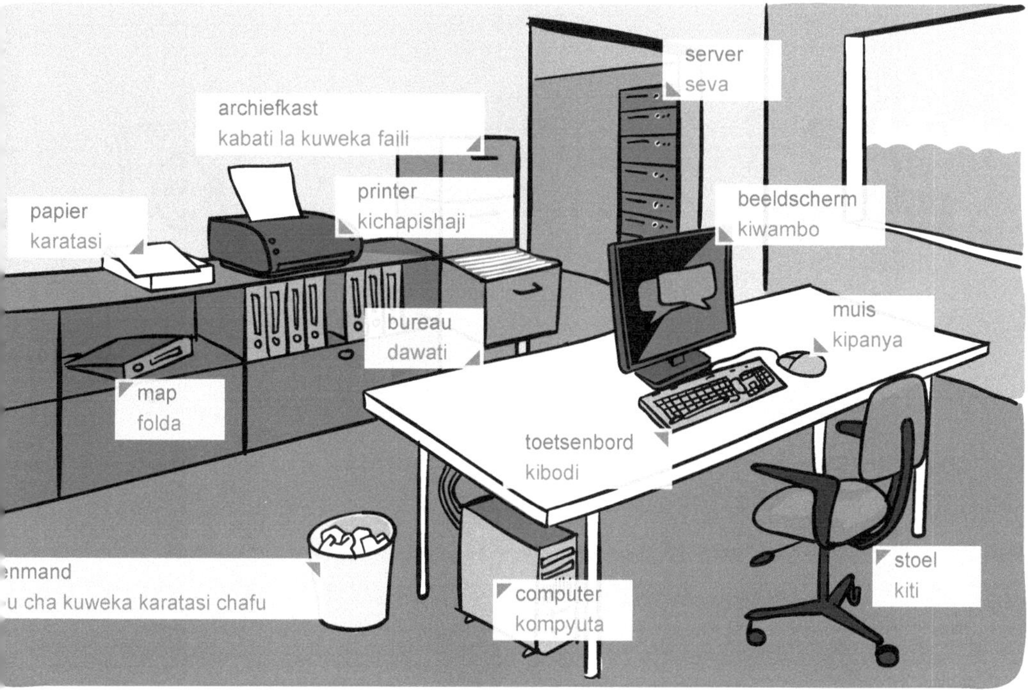

koffiemok

kmobe la kahawa

rekenmachine

kikokotoo

internet

biashara

kantoor - ofisi

49

laptop
mbali

brief
barua

bericht
ujumbe

mobiele telefoon
rununu

netwerk
intaneti

kopieermachine
fotokopia

software
programu

telefoon
simu

stopcontact
soketi

fax
kipepesi

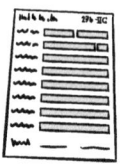

formulier
fomu

document
hati

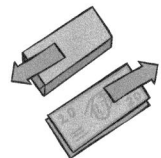

kopen
kununua

betalen
kulipa

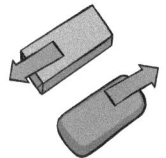

handel drijven
biashara

geld
fedha

USD

dollar
dola

EUR

euro
yuro

JPY

yen
yeni

RUB

roebel
rouble

CHF

Zwitserse frank
faranga ya Uswisi

CNY

renminbi yuan
renminbi yuan

INR

roepie
rupia

geldautomaat
eneo la kulipia

wisselkantoor

ofisi ya ubadilishanaji

goud

dhahabu

zilver

fedha

olie

mafuta

energie

nishati

prijs

bei

contract

mkataba

belasting

kodi

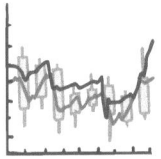

aandeel

bidhaa

werken

kazi

werknemer

mfanyakazi

werkgever

mwajiri

fabriek

kiwanda

winkel

duka

beroepen
kazi

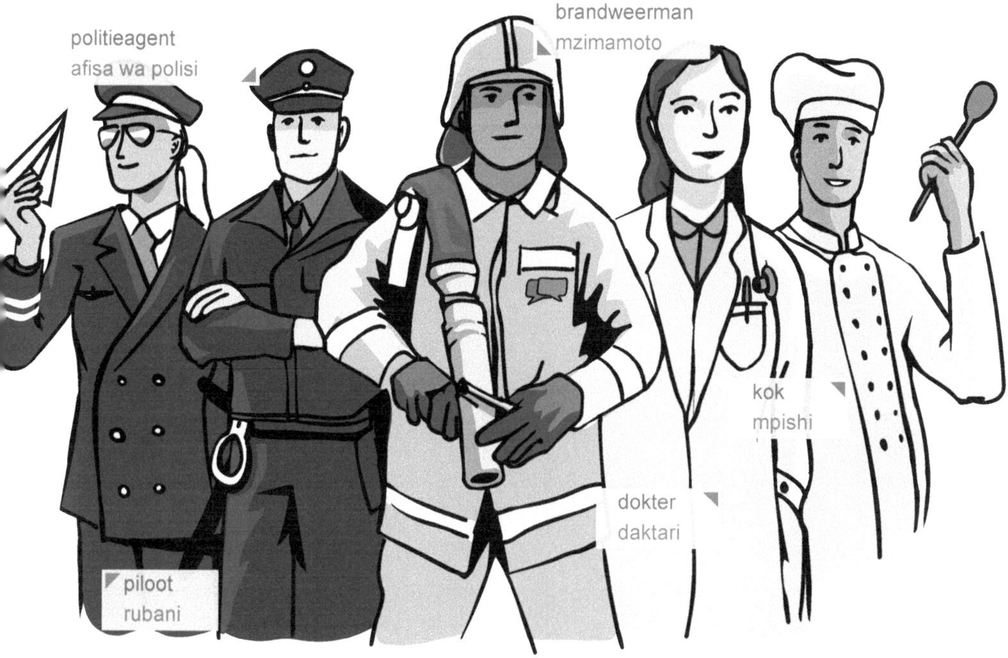
politieagent
afisa wa polisi
brandweerman
mzimamoto
kok
mpishi
dokter
daktari
piloot
rubani

tuinman
mtunza bustani

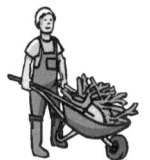

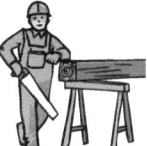

timmerman
seremala

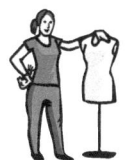

naaister
mshonaji

rechter
hakimu

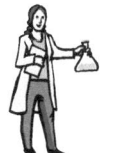

scheikundige
mwanakemia

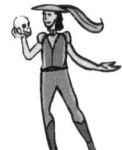

toneelspeler
muigizaji

buschauffeur

dereva wa basi

taxichauffeur

dereva wa teksi

visser

mvuvi

schoonmaakster

mwanamke wa kusafisha

dakdekker

mwezekaji

ober

mhudumu

jager

mwindaji

schilder

mchoraji

bakker

mwokaji

elektricien

umeme

bouwvakker

mjenzi

ingenieur

mhandisi

slager

mchinjaji

loodgieter

fundi bomba

postbode

mwanaposta

soldaat

mwanajeshi

architect

msanifu majengo

kassier

keshia

bloemist

muuza maua

kapper

msusi

conducteur

kondakta

monteur

mekanika

kapitein

nahodha

tandarts

daktari wa meno

wetenschapper

mwanasayansi

rabbi

rabbi

imam

imamu

monnik

mtawa

pastoor

kasisi

gereedschap
zana

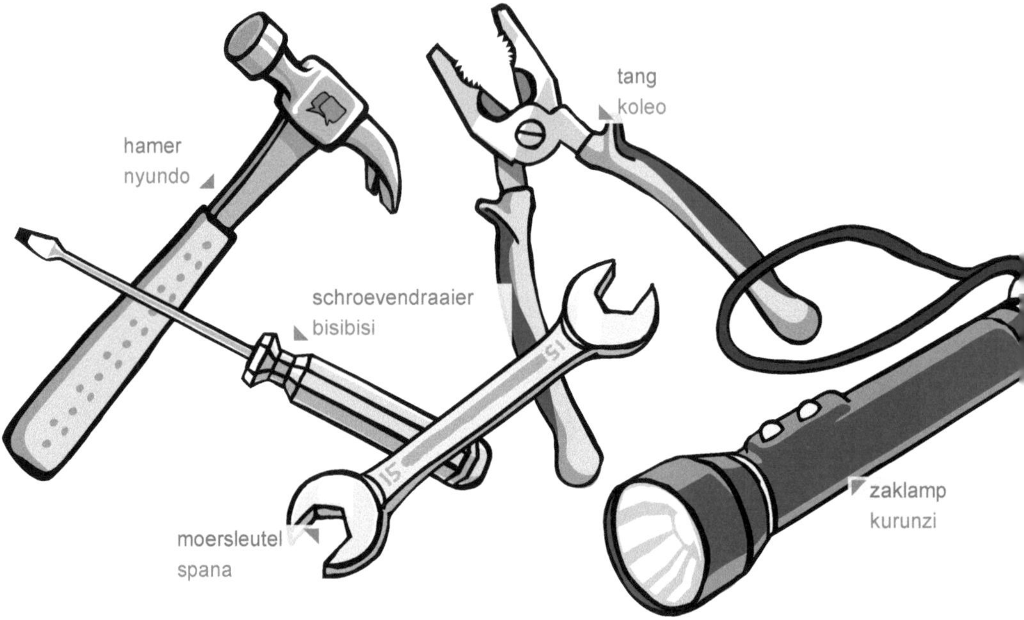
tang
koleo
hamer
nyundo
schroevendraaier
bisibisi
moersleutel
spana
zaklamp
kurunzi

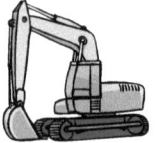

graafmachine

mchimbaji

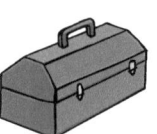

gereedschapskist

sanduku la vifaa

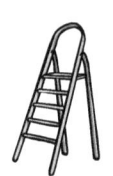

ladder

ngazi

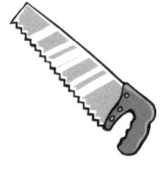

zaag

msumeno

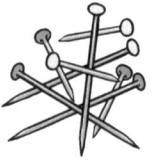

spijkers

misumari

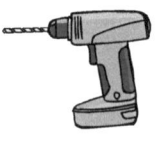

boor

kuchimba visima

repareren
....
kukarabati

schep
....
sepetu

Verdorie!
....
Lo!

stofblik
....
kishikio cha uchafu

verfpot
....
chungu cha rangi

schroeven
....
skurubu

muziekinstrumenten
ala za muziki

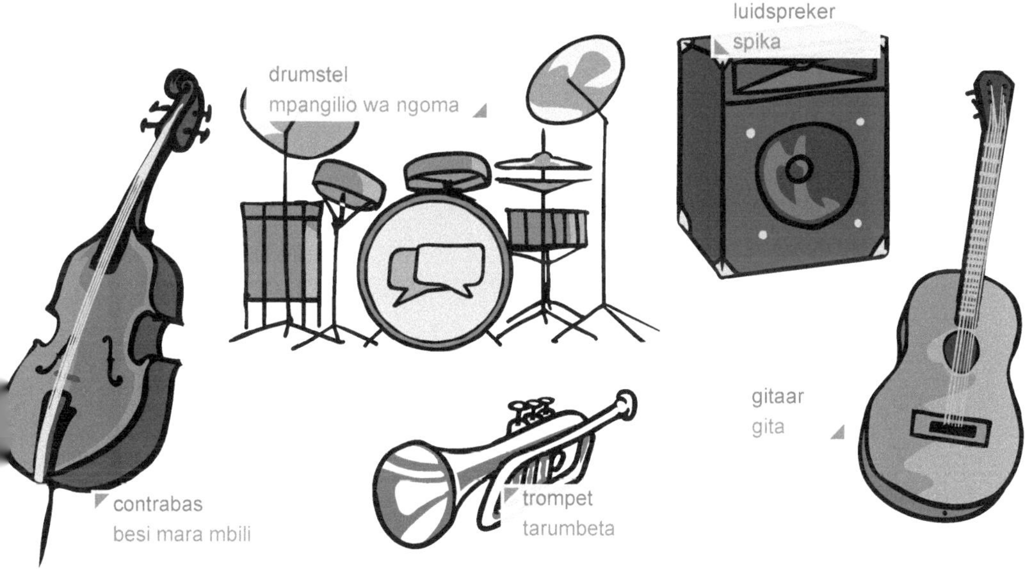

drumstel
mpangilio wa ngoma ◢

luidspreker
▶ spika

gitaar
gita ◢

◤ contrabas
besi mara mbili

trompet
tarumbeta

piano
piano

viool
fidla

bas
ubeji

pauk
timpani

trommel
ngoma

keyboard
kibodi

saxofoon
saksafoni

fluit
filimbi

microfoon
maikrofoni

dierentuin
bustani ya wanyama

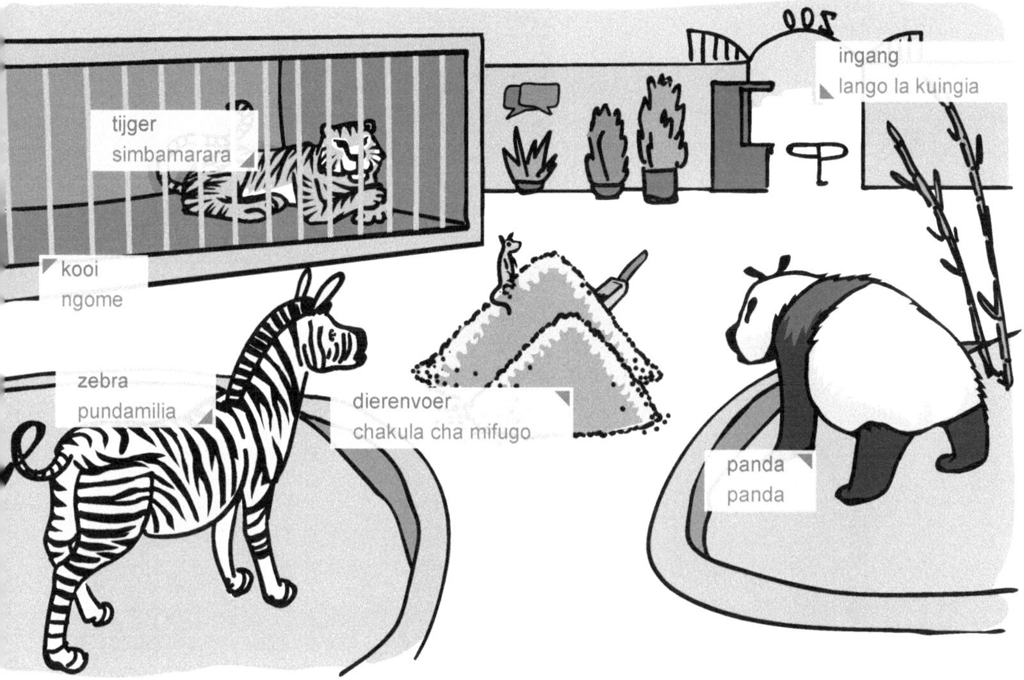
ingang
lango la kuingia
tijger
simbamarara
kooi
ngome
zebra
pundamilia
dierenvoer
chakula cha mifugo
panda
panda

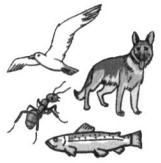

dieren

wanyama

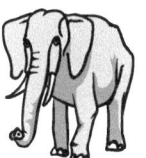

olifant

tembo

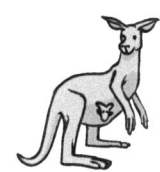

kangoeroe

kangaruu

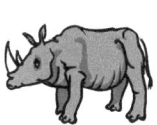

neushoorn

kifaru

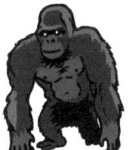

gorilla

sokwe

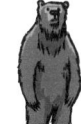

beer

dubu

kameel

ngamia

struisvogel

mbuni

leeuw

simba

aap

tumbili

flamingo

heroe

papegaai

kasuku

ijsbeer

dubu

pinguïn

penguini

haai

papa

pauw

tausi

slang

nyoka

krokodil

mamba

dierenverzorger

mtunza wanyama

zeehond

muhuri

jaguar

jaguar

pony

mwanafarasi

luipaard

chui

nijlpaard

kiboko

giraffe

twiga

adelaar

tai

wild zwijn

nguruwe mwitu

vis

samaki

schildpad

kobe

walrus

sili

vos

mbweha

gazelle

paa

American football
soka ya marekani

wielrennen
uendeshaji baiskeli

tennis
tenisi

basketbal
mpira wa kikapu

zwemmen
kuogelea

boksen
ndondi

ijshockey
magongo ya barafuni

voetbal
soka

badminton
vinyoya

atletiek
riadha

handbal
mpira wa mikono

skiën
skii

polo
polo

activiteiten
shughuli

lachen
cheka
springen
kuruka
knuffelen
kumbatia
lopen
kutembea
zingen
kuimba
dromen
ota ndoto
bidden
kuomba
kussen
busu

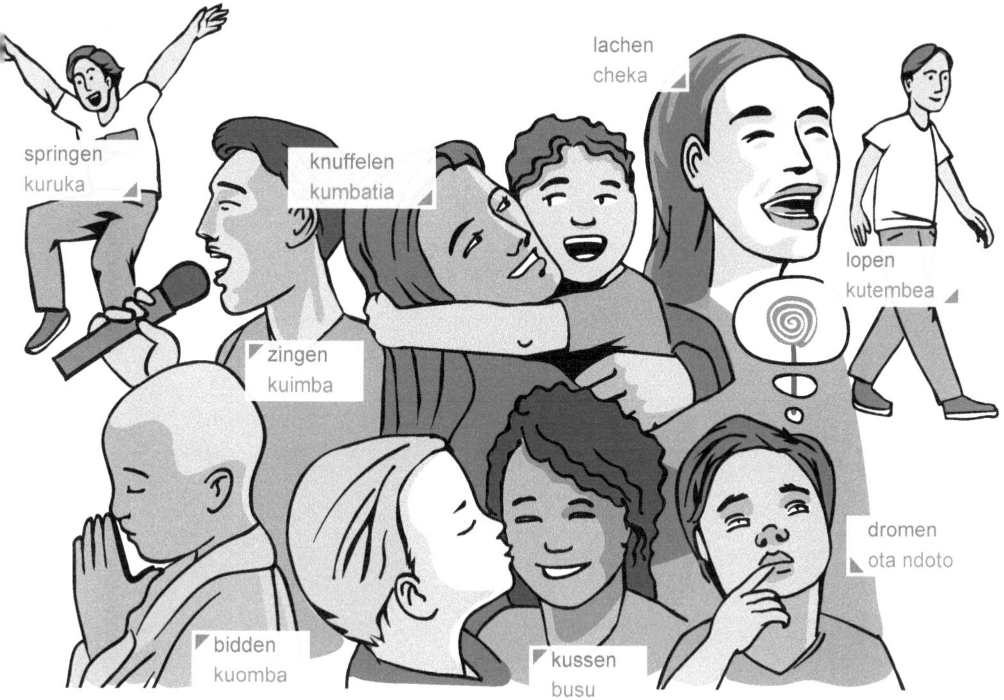

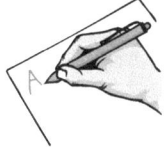

schrijven
kuandika

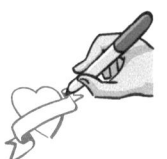

tekenen
kuteka

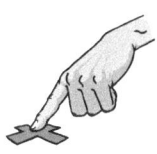

tonen
angalia

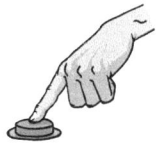

duwen
sukuma

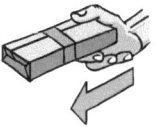

geven
kutoa

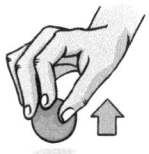

oppakken
kuchukua

hebben

kuwa

doen

fanya

zijn

kuwa

staan

kusimama

rennen

kukimbia

trekken

vuta

gooien

kutupa

vallen

kuanguka

liggen

hadaa

wachten

kusubiri

dragen

kubeba

zitten

kukaa

aankleden

vaa nguo

slapen

usingizi

wakker worden

kuamka

bekijken

kuangalia

huilen

lia

strelen

kiharusi

kammen

chana nywele

praten

ongea

begrijpen

kuelewa

vragen

kuuliza

horen

kusikiliza

drinken

kunywa

eten

kula

opruimen

nadhifisha

houden van

upendo

koken

mpishi

rijden

gari

vliegen

kuruka

zeilen

meli

rekenen

kokotoa

lezen

kusoma

leren

kujifunza

werken

kazi

trouwen

kuoa

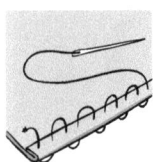

naaien

kushona

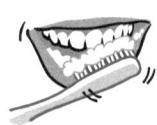

tandenpoetsen

piga mswaki

doden

kuua

roken

moshi

verzenden

kutuma

familie
familia

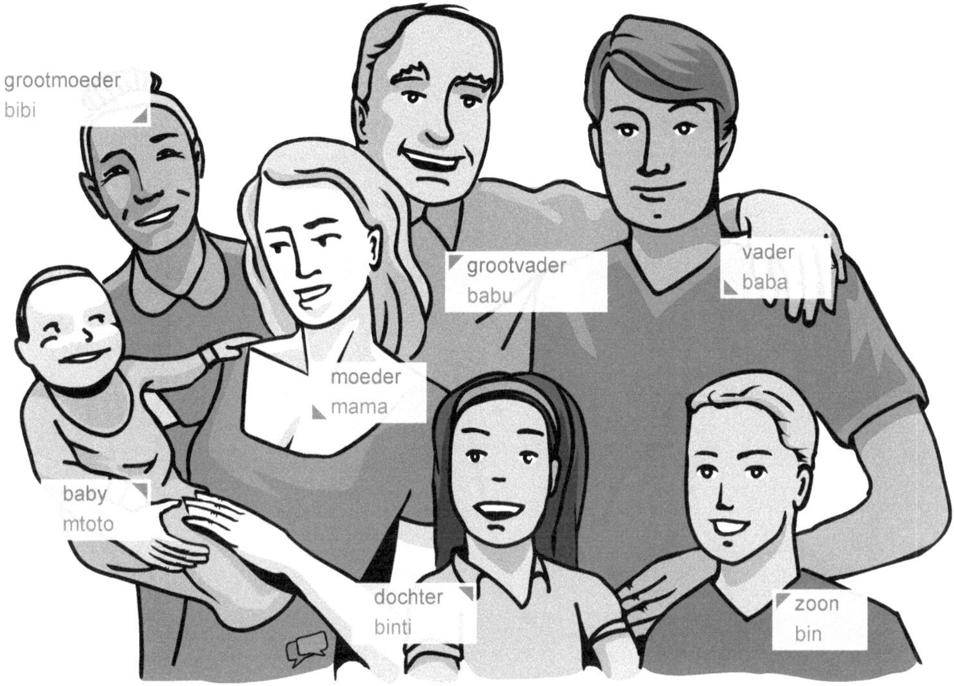
grootmoeder
bibi
grootvader
babu
vader
baba
moeder
mama
baby
mtoto
dochter
binti
zoon
bin

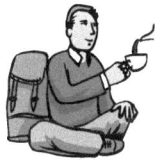

gast
mgeni

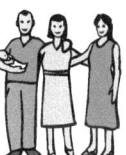

tante
shangazi

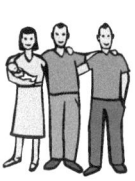

oom
mjomba

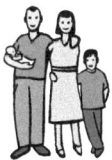

broer
kaka

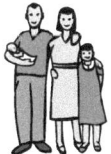

zus
dada

lichaam

mwili

voorhoofd
paji la uso
oog
jicho
schouder
bega
vinger
kidole
gezicht
uso
kin
kidevu
hand
mkono
been
mguu
borst
matiti
arm
mkono

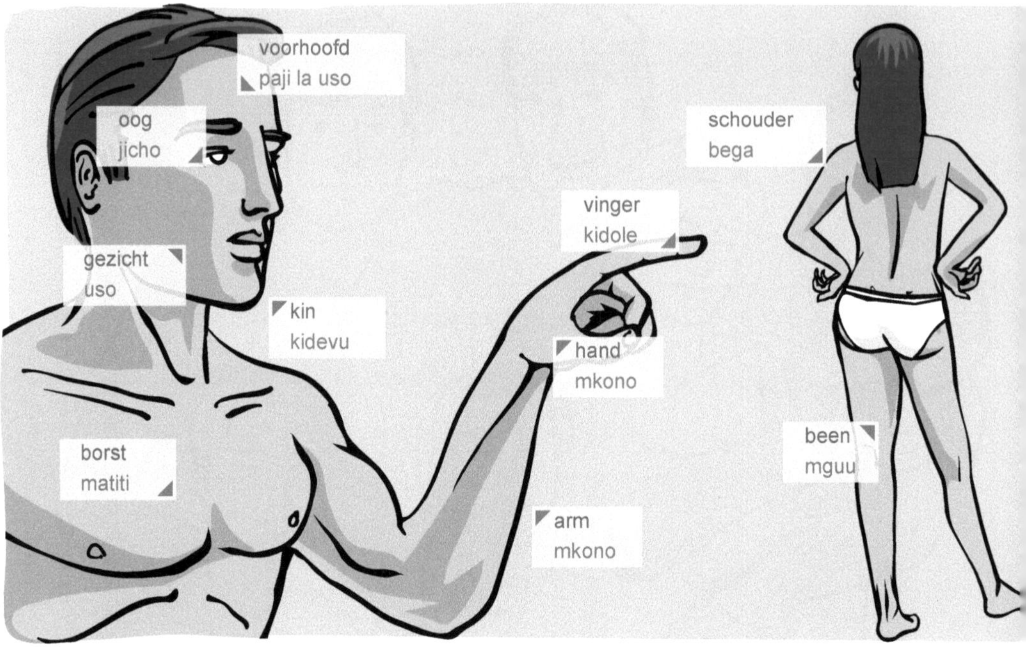

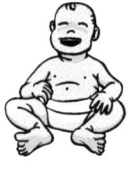

baby

mtoto

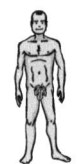

man

mwanamume

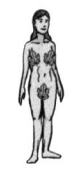

vrouw

mwanamke

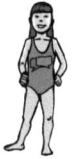

meisje

msichana

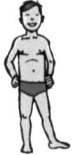

jongen

mvulana

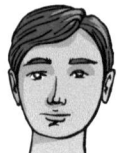

hoofd

kichwa

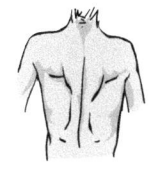

rug
nyuma

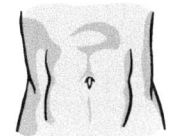

buik
tumbo

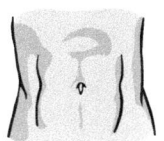

navel
kitovu

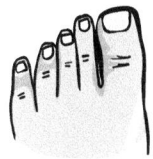

teen
chano

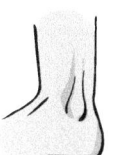

hiel
kisigino

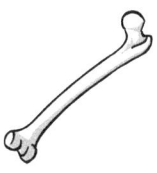

bot
mfupa

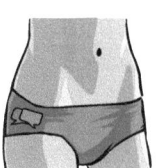

heup
nyonga

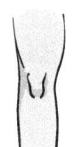

knie
goti

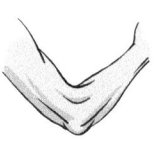

elleboog
kiwiko

neus
pua

achterwerk
chini

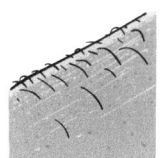

huid
ngozi

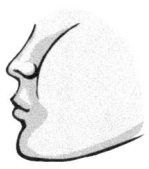

wang
shavu

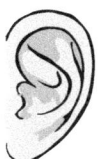

oor
sikio

lippen
mdomo

mond
kinywa

tand
jino

tong
ulimi

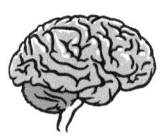

hersenen
ubongo

hart
moyo

spier
misuli

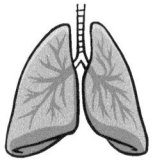

long
pafu

lever
ini

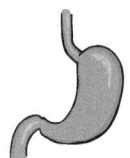

maag
tumbo

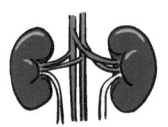

nieren
figo

geslachtsgemeenschap
jinsia

condoom
kondomu

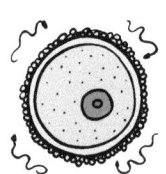

eicel
ovari

sperma
shahawa

zwangerschap
mimba

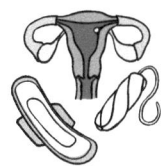

menstruatie

hedhi

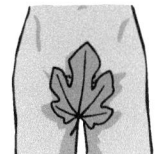

vagina

uke

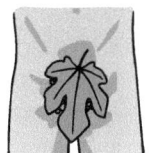

penis

uume

wenkbrauw

unyusi

haar

nywele

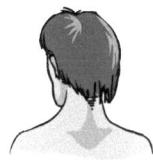

hals

shingo

ziekenhuis
hospitali

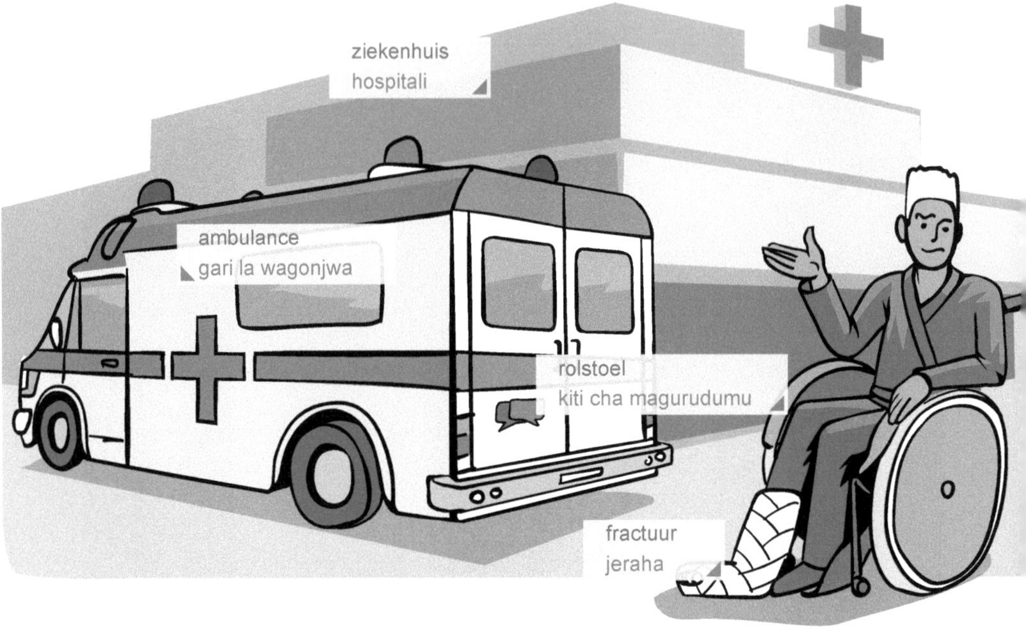

ziekenhuis
hospitali
ambulance
gari la wagonjwa
rolstoel
kiti cha magurudumu
fractuur
jeraha

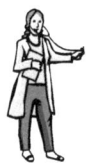

dokter
daktari

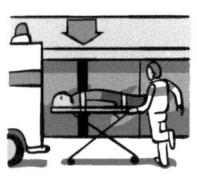

EHBO
chumba cha dharura

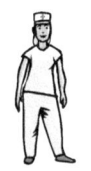

verpleegster
muuguzi

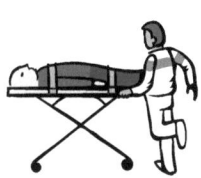

noodgeval
dharura

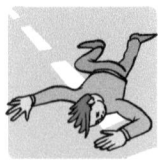

bewusteloos
kupoteza fahamu

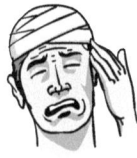

pijn
maumivu

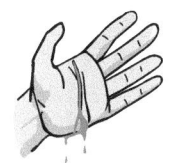

verwonding

kuumia

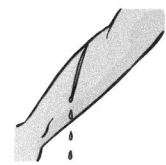

bloeding

kutokwa na damu

hartaanval

mshtuko wa moyo

beroerte

kiharusi

allergie

mzio

hoest

kikohozi

koorts

homa

griep

mafua

diarree

kuharisha

hoofdpijn

maumivu ya kichwa

kanker

kansa

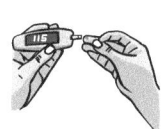

diabetes

ugonjwa wa kisukari

chirurg

daktari mpasuaji

scalpel

kisu kidogo cha kupasulia

operatie

operesheni

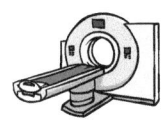

CT

picha changanufu ya mwili

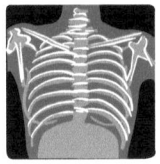

röntgen

Eksrei

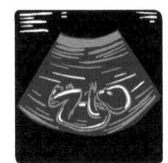

echografie

mawimbi sauti

gezichtsmasker

barakoa ya uso

ziekte

ugonjwa

wachtkamer

chumba cha kusubiri

kruk

mkongojo

pleister

plasta

verband

bendeji

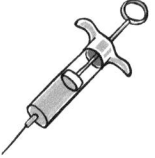

injectie

sindano

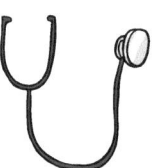

stethoscoop

stetoskopu

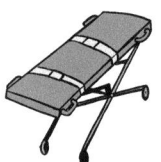

brancard

machela

thermometer

kipimajoto cha kliniki

geboorte

kuzaliwa

overgewicht

unene kupita kiasi

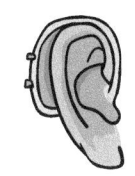

gehoorapparaat

kusikia misaada

ontsmettingsmiddel

kipukusi

infectie

maambukizi

virus

virusi

HIV / AIDS

VVU / UKIMWI

medicijn

dawa

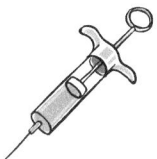

inenting

chanjo

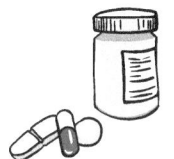

tabletten

vidonge

pil

kidonge

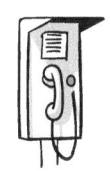

alarmnummer

simu ya dharura

bloeddrukmeter

haemodainamometa

ziek / gezond

mgonjwa / mwenye afya

Help!

Msaada!

alarm

kengele

overval

pigo

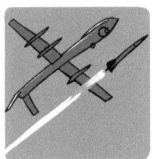

aanval

shambulizi

gevaar

hatari

nooduitgang

lango la dharura

Brand!

Moto!

brandblusser

kizima moto

ongeluk

ajali

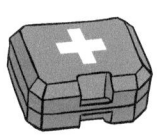

EHBO-koffer

vifaa vya huduma ya kwanza

SOS

wito wa msaada

politie

polisi

Europa

Ulaya

Noord-Amerika

Amerika ya Kaskazini

Zuid-Amerika

Amerika ya Kusini

Afrika

Afrika

Azië

Asia

Australië

Australia

Atlantische Oceaan

Atlantiki

Stille Oceaan

Pasifiki

Indische Oceaan

Bahari ya Hindi

Zuidelijke Oceaan

Baharı ya Antaktıkı

Noordelijke IJszee

Bahari ya Aktiki

Noordpool

Ncha ya Kaskazini

Zuidpool
Ncha ya Kusini

Antarctica
Antaktika

aarde
dunia

land
nchi

zee
bahari

eiland
kisiwa

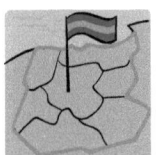

natie
taifa

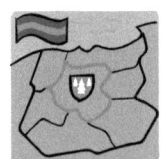

staat
jimbo

wijzerplaat

uso wa saa

uurwijzer

akrabu ya saa

minutenwijzer

akrabu ya dakika

secondewijzer

akrabu ya sekunde

Hoe laat is het?

Ni saa ngapi?

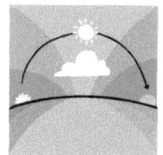

dag

siku

tijd

wakati

nu

sasa

digitaal horloge

saa ya dijitali

minuut

dakika

uur

saa

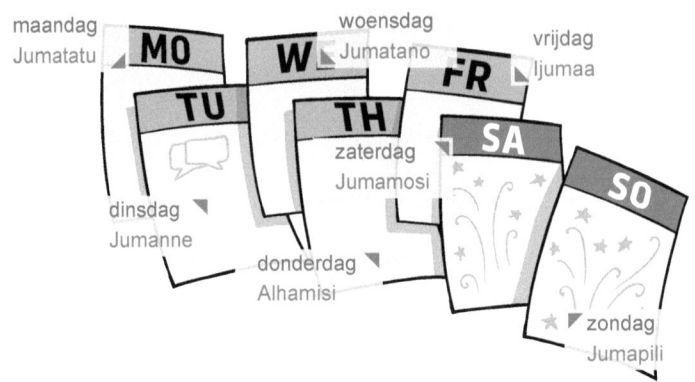

maandag
Jumatatu

woensdag
Jumatano

vrijdag
Ijumaa

dinsdag
Jumanne

zaterdag
Jumamosi

donderdag
Alhamisi

zondag
Jumapili

gisteren

jana

vandaag

leo

morgen

kesho

ochtend

asubuhi

middag

saa sita mchana

avond

jioni

werkdagen

siku za biashara

weekend

mwishoni mwa wiki

jaar
mwaka

regen
mvua
regenboog
upinde wa mvua
sneeuw
theluji
wind
upepo
voorjaar
majira ya machipuko
herfst
vuli
zomer
kiangazi
winter
majira ya baridi

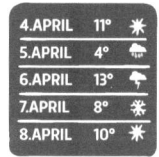

4.APRIL 11°
5.APRIL 4°
6.APRIL 13°
7.APRIL 8°
8.APRIL 10°

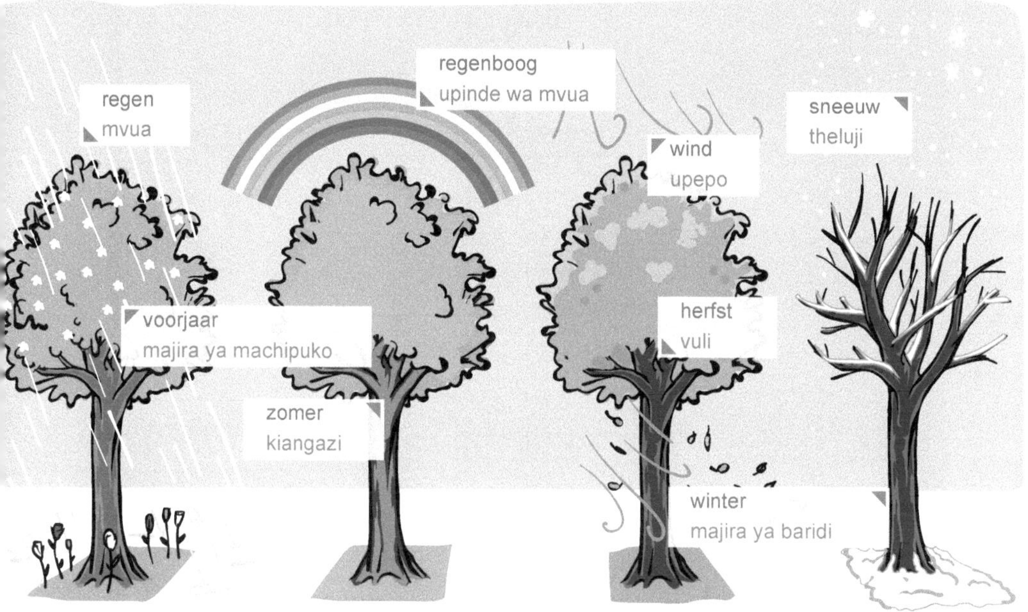

weerbericht

utabiri wa hali ya hewa

F C
120 40
90 30
60 20
30 10
0 0
-30 -10
-20

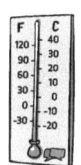

thermometer

kipimajoto

zonneschijn

mwanga wa jua

wolk

wingu

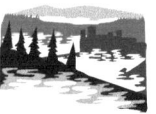

mist

ukungu

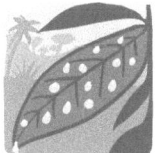

luchtvochtigheid

unyevu

bliksem

umeme

donder

radi

storm

dhoruba

hagel

mvua ya mawe

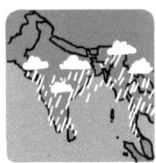

moesson

monsuni

overstroming

mafuriko

ijs

barafu

januari

Januari

februari

Februari

maart

Machi

april

Aprili

mei

Mei

juni

Juni

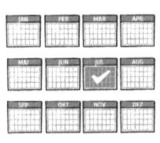

juli

Julai

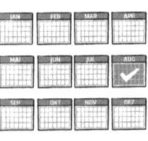

augustus

Agosti

september
....
Septemba

oktober
....
Oktoba

november
....
Novemba

december
....
Desemba

vormen
maumbo

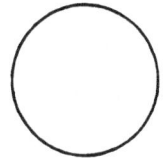

cirkel
....
mduara

vierkant
....
mraba

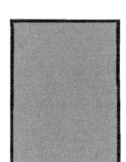

rechthoek
....
mstatili

driehoek
....
pembetatu

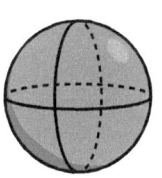

bol
....
nyanja

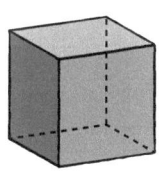

kubus
....
mchemraba

wit

nyeupe

geel

manjano

oranje

chungwa

roze

rangi ya waridi

rood

nyekundu

paars

hudhurungi

blauw

bluu

groen

kijani

bruin

hanja

grijs

jivujivu

zwart

nyeusi

veel / weinig

mengi / kidogo

boos / rustig

hasira / pole

mooi / lelijk

nzuri / mbaya

begin / einde

mwanzo / mwisho

groot / klein

kubwa / ndogo

licht / donker

angavu / giza

broer / zus

kaka / dada

schoon / vies

safi / chafu

volledig / onvolledig

kamilika / tokamilika

dag/ nacht

siku / usiku

dood / levend

wafu / hai

breed / smal

pana / nyembamba

eetbaar / oneetbaar

kulika / kutolika

gemeen / aardig

ovu / ema

opgewonden / verveeld

sisimkwa / udhika

dik / dun

nene / nyembamba

eerste / laatste

kwanza / mwisho

vriend / vijand

rafiki / adui

vol / leeg

jaa / tupu

hard / zacht

ngumu / laini

zwaar / licht

nzito / nyepesi

honger / dorst

njaa / kiu

ziek / gezond

mgonjwa / mwenye afya

illegaal / legaal

haramu / kisheria

intelligent / dom

akili / kijinga

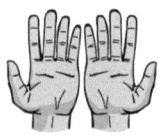

links / rechts

kushoto / kulia

dichtbij / ver

karibu / mbali

nieuw / gebruikt

mpya / kutumika

niets / iets

kitu / jambo

oud / jong

zee / changa

aan / uit

waka / zima

open / gesloten

wazi / fungwa

zacht / luid

utulivu / kelele

rijk / arm

tajiri / masikini

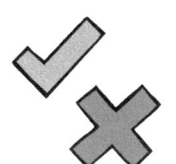

goed / fout

sahihi / kosa

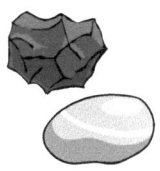

ruw / glad

mbaya / laini

verdrietig / gelukkig

huzunika / furahia

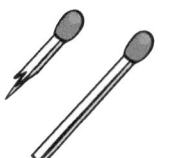

kort / lang

fupi /ndefu

langzaam / snel

polepole / haraka

nat / droog

nyevu / kavu

warm / koel

joto / baridi

oorlog / vrede

vita / amani

0

nul

sufuri

1

één

moja

2

twee

mbili

3

drie

tatu

4

vier

nne

5

vijf

tano

6

zes

sita

7

zeven

saba

8

acht

nane

9

negen

tisa

10

tien

kumi

11

elf

kumi na moja

12

twaalf

kumi na mbili

13

dertien

kumi na tatu

14

veertien

kumi na nne

15

vijftien

kumi na tano

16

zestien

kumi na sita

17

zeventien

kumi na saba

18

achttien

kumi na nane

19

negentien

kumi na tisa

20

twintig

ishirini

100

honderd

mia

1.000

duizend

elfu

1.000.000

miljoen

milioni

Engels

Kiingereza

Amerikaans Engels

Kiingereza cha Marekani

Chinees Mandarijn

Kimandarini cha Uchina

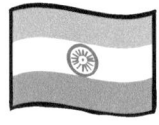

Hindi

Kihindi

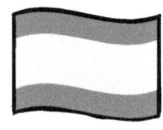

Spaans

Kihispania

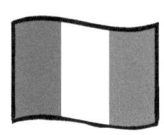

Frans

Kifaransa

Arabisch

Kiarabu

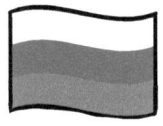

Russisch

Kirusi

Portugees

Kireno

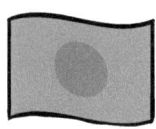

Bengalees

Kibengali

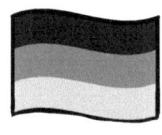

Duits

Kijerumani

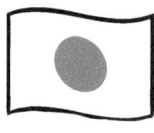

Japans

Kijapani

ik

mimi

jij

wewe

hij / zij / het

yeye / yeye / ni

wij

sisi

jullie

wewe

zij

wao

wie?

nani?

wat?

nini?

hoe?

jinsi gani?

waar?

wapi?

wanneer?

lini?

naam

jina

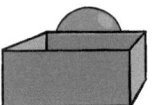

achter

nyuma

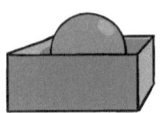

in

katika

voor

mbele ya

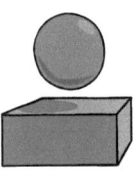

boven

juu ya

op

kwenye

onder

chini ya

naast

kando

tussen

kati

plaats

mahali